AF273598

Impressum
Verlag: BABADADA GmbH, Nedderfeld 112 , 22529 Hamburg
Geschäftsführer / Verlagsleitung: Harald Hof
Druck: Books on Demand GmbH, In de Tarpen 42, 22848 Norderstedt

Imprint
Publisher: BABADADA GmbH, Nedderfeld 112 , 22529 Hamburg, Germany
Managing Director / Publishing direction: Harald Hof
Print: Books on Demand GmbH, In de Tarpen 42, 22848 Norderstedt

escuela
shule

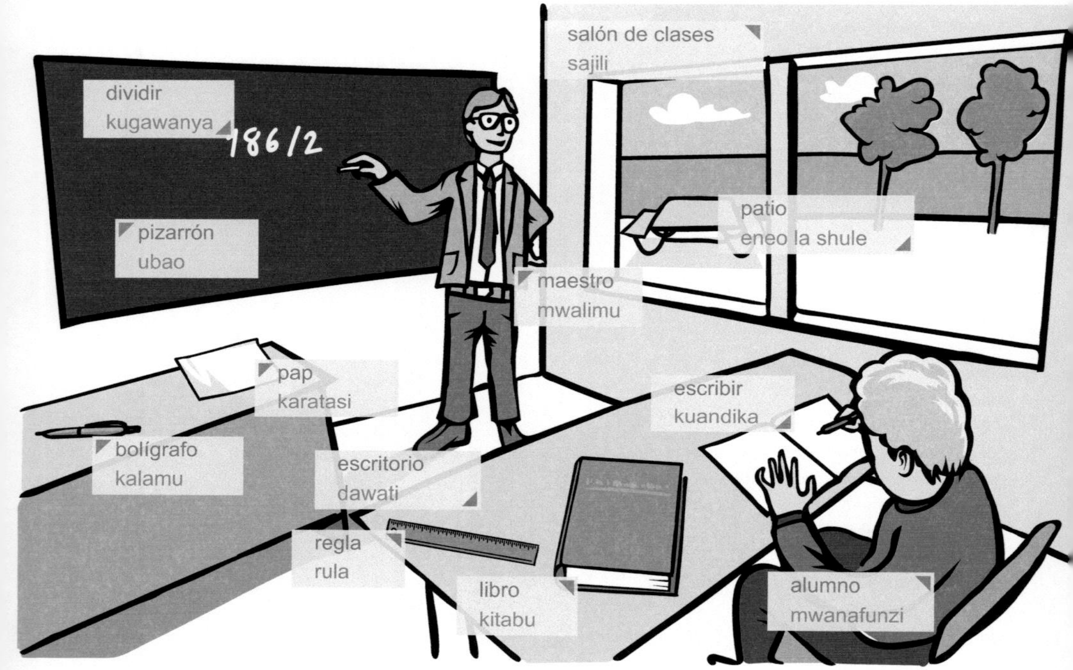
salón de clases
sajili
dividir
kugawanya
186/2
pizarrón
ubao
patio
eneo la shule
maestro
mwalimu
pap
karatasi
escribir
kuandika
bolígrafo
kalamu
escritorio
dawati
regla
rula
libro
kitabu
alumno
mwanafunzi

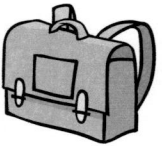

mochila

mkoba

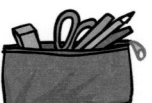

caja de lápices

kikasha cha penseli

lápiz

penseli

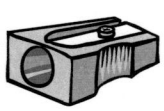

sacapuntas

kichonga penseli

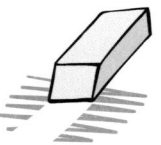

goma de borrar

mpira

bloc de dibujo

pedi ya kuchora

dibujo
uchoraji

pincel
brashi ya rangi

caja de lápices de color
sanduku la rangi

tijeras
mkasi

pegamento
gundi

libro de ejercicios
daftari

tarea
kazi ya nyumbani

número
nambari

sumar
jumlisha

restar
ondoa

multiplicar
zidisha

calcular
kokotoa

letra
barua

alfabeto
alfabeti

palabra
neno

texto

maandishi

leer

kusoma

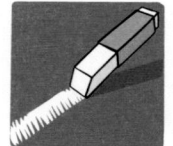

tiza

chaki

lección

somo

cuaderno de clase

sajili

examen

uchunguzi

certificado

cheti

uniforme

sare za shule

educación

elimu

enciclopedia

elezo

universidad

chuo kikuu

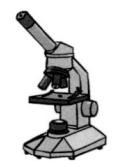

microscopio

darubini

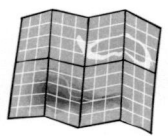

mapa

ramani

bote de basura

kikapu cha kuweka karatasi
chafu

viaje
usafiri

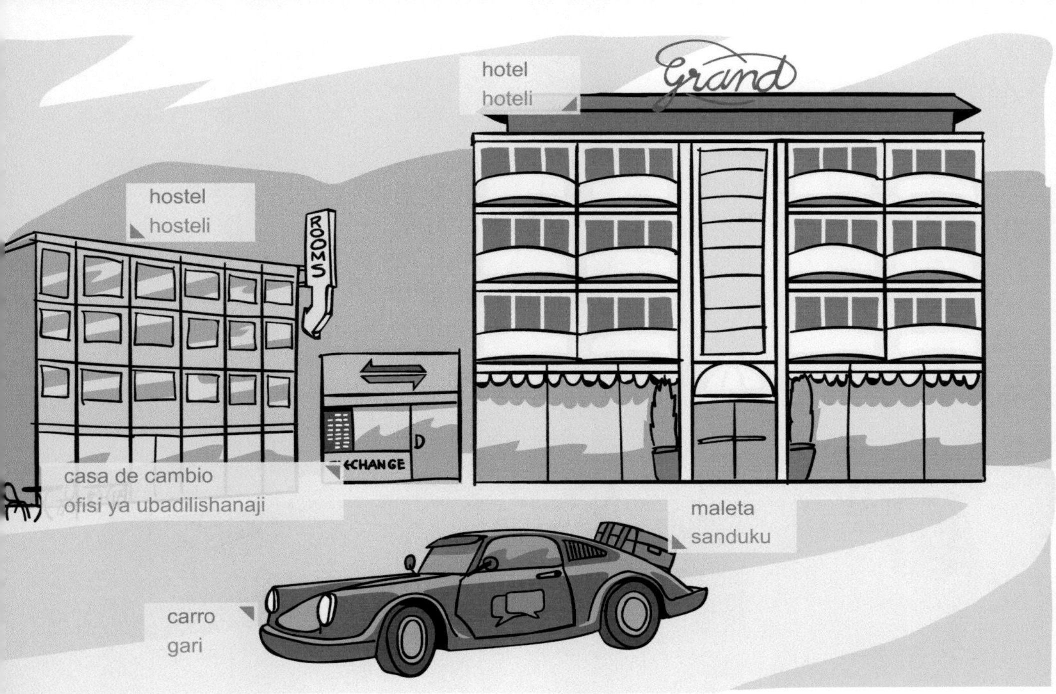

hotel
hoteli
Grand
hostel
hosteli
ROOMS
EXCHANGE
casa de cambio
ofisi ya ubadilishanaji
maleta
sanduku
carro
gari

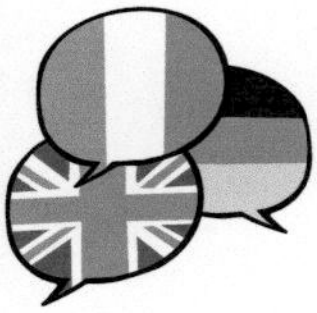

idioma

lugha

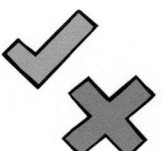

sí / no

ndiyo / la

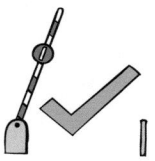

Órale

sawa

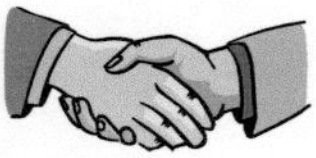

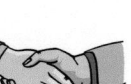

hola

hujambo

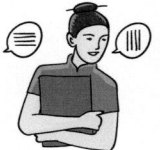

traductor

mtafsiri

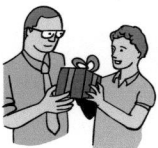

Gracias

Asante

¿cuánto cuesta…?

kiasi gani ni …?

No entiendo

Sielewi

problema

tatizo

¡Buenas tardes!

Jioni njema!

¡Buenos días!

Habari za asubuhi!

¡Buenas noches!

Usiku mwema!

adiós

kwa heri

dirección

mwelekeo

equipaje

mizigo

bolsa

mfuko

mochila

shanta

invitado

mgeni

recámara

chumba

bolsa de dormir

begi la kulalia

tienda de campaña

hema

información turística

taarifa ya utalii

playa

ufuo

tarjeta de crédito

kadi

desayuno

kifunguakinywa

almuerzo

chakula cha mchana

cena

chakula cha jioni

billete

tiketi

ascensor

kuinua

sello

muhuri

frontera

mpaka

aduana

mila

embajada

ubalozi

visa

visa

pasaporte

pasipoti

transporte
usafiri

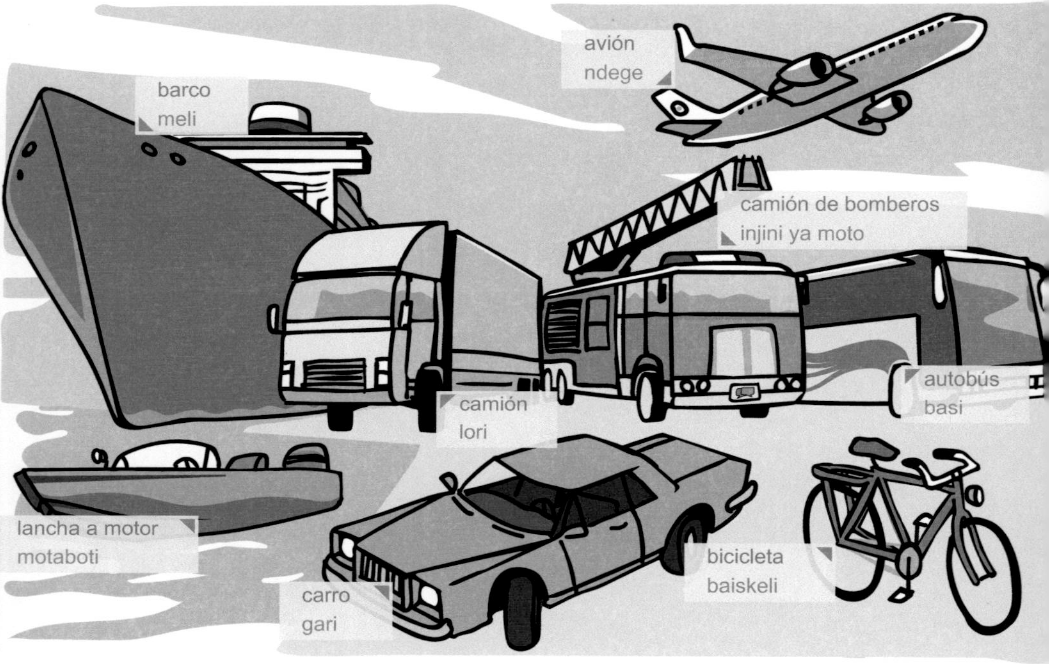

avión
ndege
barco
meli
camión de bomberos
injini ya moto
autobús
basi
camión
lori
lancha a motor
motaboti
bicicleta
baiskeli
carro
gari

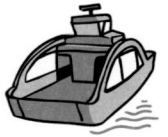

ferry

feri

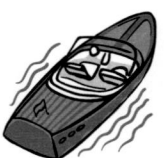

bote

mashua

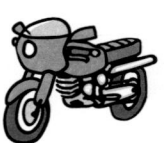

motocicleta

pikipiki

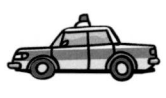

patrulla

gari la polisi

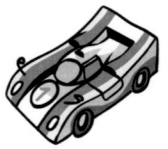

coche de carreras

gari la mashindano

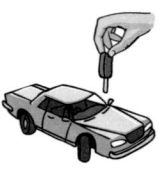

auto para rentar

gari la kukodisha

renta de autos

kushiriki gari

grúa

lori la kuvuta

camión recolector de basura

ukusanyaji taka

motor

motor

gasolina

mafuta

gasolinera

kituo cha mafuta

señal de tráfico

ishara trafiki

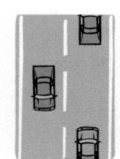

tránsito

trafiki

embotellamiento

msongamano

aparcamiento

maegesho

estación de tren

kituo cha treni

vías

reli

tren

garimoshi

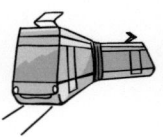

tranvía

tremu

vagón

gari la mizigo

helicóptero

helikopta

aeropuerto

uwanja wa ndege

torre

mnara

pasajero

abiria

contenedor

chombo

caja de cartón

katoni

carretilla

mkokoteni

cesta

kikapu

despegar / aterrizar

ondoka

ciudad
jiji

pueblo

kijiji

centro de ciudad

katikati ya jiji

casa

nyumba

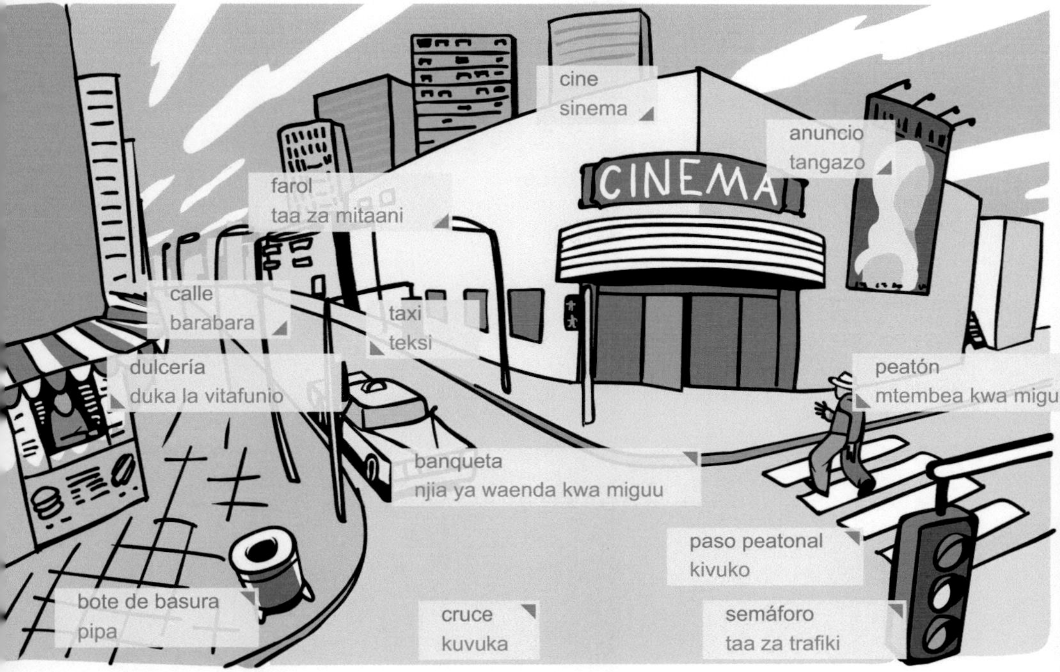

cine
sinema

anuncio
tangazo

farol
taa za mitaani

calle
barabara

taxi
teksi

dulcería
duka la vitafunio

peatón
mtembea kwa miguu

banqueta
njia ya waenda kwa miguu

paso peatonal
kivuko

bote de basura
pipa

cruce
kuvuka

semáforo
taa za trafiki

cabaña

kibanda

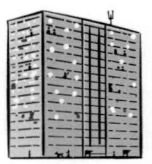

apartamento

gorofa

estación de tren

kituo cha treni

ayuntamiento

ukumbi wa mji

museo

Makavazi

escuela

shule

ciudad - jiji

universidad

chuo kikuu

banco

benki

hospital

hospitali

hotel

hoteli

farmacia

duka la dawa

oficina

ofisi

librería

duka la kitabu

tienda

duka

florería

duka la maua

supermercado

dukakuu

mercado

soko

grandes tiendas

idara ya kuhifadhi

pescadería

mwuza samaki

centro comercial

kituo cha ununuzi

puerto

bandari

parque

Hifadhi

banco

benki

puente

daraja

escaleras

vidato

metro

chini ya ardhi

túnel

handaki

parada de autobús

kituo cha mabasi

bar

bar

restaurante

mgahawa

buzón

sanduku la posta

letrero

ishara ya barabara

parquímetro

mita ya maegesho

zoológico

bustani ya wanyama

alberca

kidimbwi cha kuogelea

mezquita

msikiti

granja
shamba

contaminación
uchafuzi

cementerio
makaburini

iglesia
kanisa

área de niños
uwanja wa michezo

templo
hekalu

paisaje
mazingira

hoja
jani

señal
ishara ya mwelekeo

camino
njia

pradera
malisho

piedra
jiwe

caminante
mtembeaji wa masafa

árbol
mti

río
mto

pasto
nyasi

flor
ua

valle

bonde

montaña

kilima

lago

ziwa

bosque

msitu

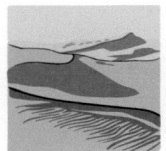

desierto

jangwa

volcán

volkano

castillo

ngome

arco iris

upinde wa mvua

champiñón

uyoga

palmera

mtende

mosquito

mbu

mosca

kuruka

hormiga

chungu

abeja

nyuki

araña

buibui

escarabajo

mende

rana

chura

ardilla

kuchakuro

erizo

nungunungu

liebre

sungura

lechuza

bundi

pájaro

ndege

cisne

swan

jabalí

nguruwe mwitu

ciervo

kulungu

alce

aina ya kongoni

embalse

bwawa

turbina eólica

tabo ya upepo

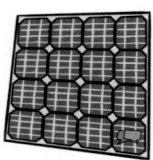

pansolar

nishaji ya jua

clima

hali ya hewa

restaurante

mgahawa

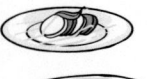

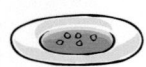

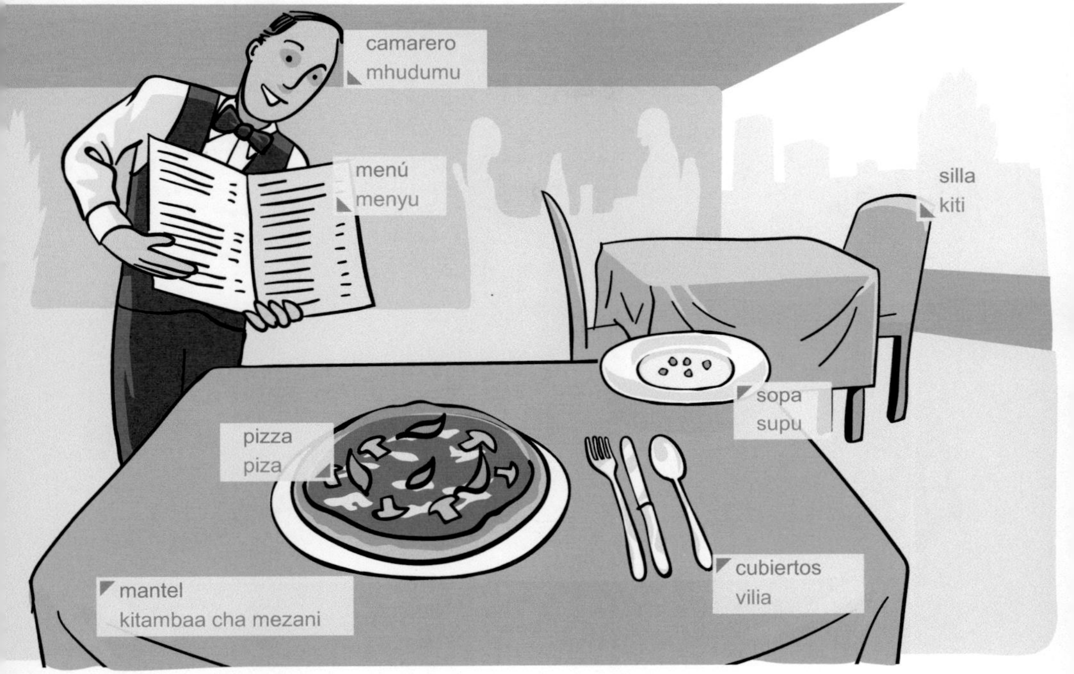

camarero
mhudumu
menú
menyu
silla
kiti
sopa
supu
pizza
piza
cubiertos
vilia
mantel
kitambaa cha mezani

entrada
kiamsha hamu

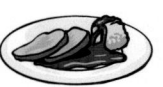

plato fuerte
kozi kuu

postre
kitindamlo

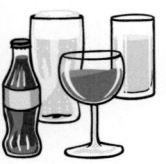

bebidas
vinywaji

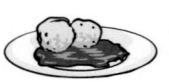

comida
chakula

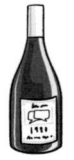

botella
chupa

comida rápida

chakula cha haraka

comida de calle

Streetfood

tetera

buli

azucarera

kisanduku cha sukari

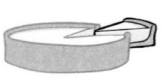

porción

sehemu

cafetera espresso

mashine ya espresso

periquera

kiti kirefu

cuenta

muswada

charola

trei

cuchillo

kisu

tenedor

uma

cuchara

kijiko

cuchara de té

kijiko cha chai

servilleta

nepi

vaso

glasi

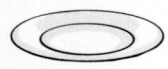

plato

sahani

plato hondo

sahani ya supu

plato

sufuria

salsa

mchuzi

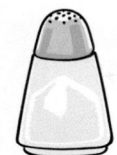

salero

kichanyaji chumvi

molino para pimienta

kinu cha pilipili

vinagre

siki

aceite

mafuta

especias

viungo

kétchup

kechapu

mostaza

haradali

mayonesa

kachumbari nzito

supermercado
dukakuu

oferta especial
ofa maalum
FOR
cliente
mteja
productos lácteos
maziwa
fruta
matunda
carrito para compras
toroli

BUTCHERS

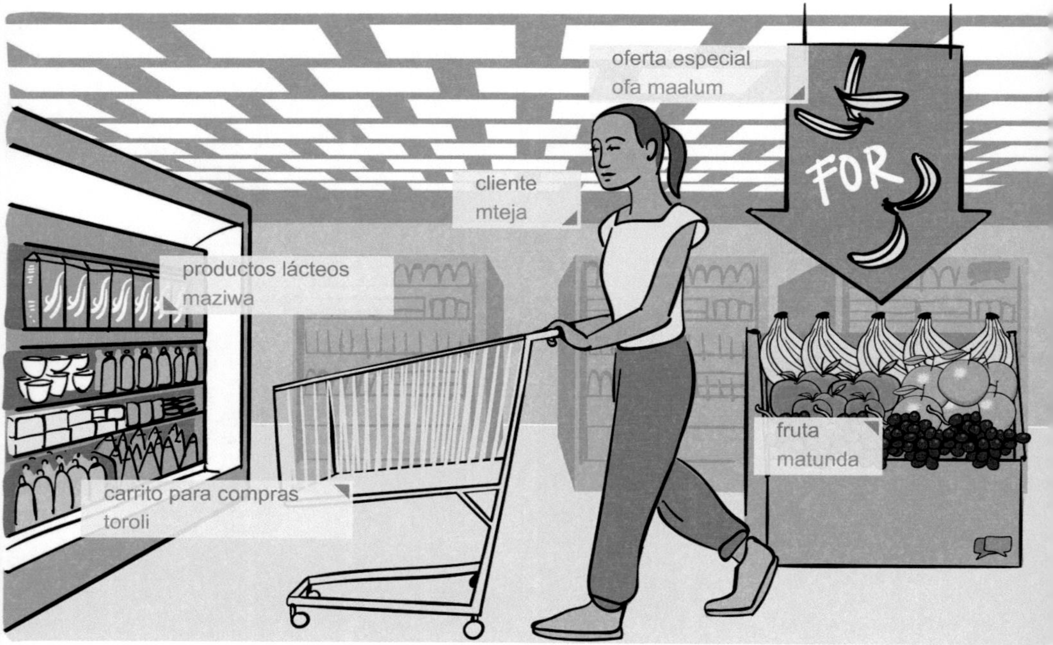

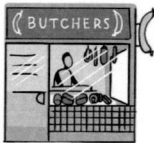

carnicería

mchinjaji

BAKERY

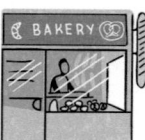

panadería

mwokaji

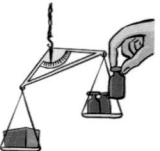

pesar

uzito

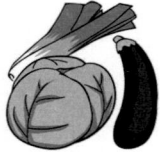

vegetales

mboga

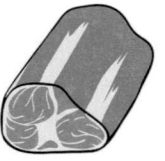

carne

nyama

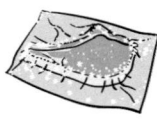

alimentos congelados

chakula waliohifadhiwa

carnes frías

vipande vya nyama baridi

alimentos enlatados

chakula cha kopo

detergente en polvo

sabuni ya unga

dulces

pipi

electrodomésticos

bidhaa za kaya

productos de limpieza

bidhaa za kusafisha

vendedora

mtu mauzo

caja

mpaka

cajero

keshia

lista de compras

orodha ya manunuzi

horario de atención al público

masaa ya ufunguzi

cartera

mkoba

tarjeta de crédito

kadi

bolsa

mfuko

bolsa de plástico

mfuko wa plastiki

agua

maji

jugo

sharubati

leche

maziwa

refresco de cola

coke

vino

mvinyo

cerveza

bia

alcohol

pombe

cacao

kakao

té

chai

café

kahawa

espresso

spreso

cappuccino

kapuchino

plátano

ndizi

manzana

tufaha

naranja

machungwa

melón

tikiti

limón

lemon

zanahoria

karoti

ajo

kitunguu saumu

bambú

mianzi

cebolla

kitunguu

champiñón

uyoga

nueces

karanga

fideos

nudo

espaguetis

spageti

arroz

mpunga

ensalada

saladi

patatas fritas

vibanzi

patatas fritas

viazi vya kukaanga

pizza

piza

hamburguesa

hambaga

emparedado

sandwichi

filete

kipande

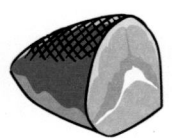

jamón

paja la mnyama

salami

salami

salchicha

soseji

pollo

kuku

asado

choma

pescado

samaki

copos de avena

oats ya uji

muesli

muesli

copos de maíz

cornflakes

harina

unga

cuernito

kroisanti

bolillo

andazi

pan

mkate

tostada

mkate wa kubanika

galletas

biskuti

mantequilla

siagi

cuajada

maziwa mgando

pastel

keki

huevo

yai

huevo frito

yai kukaanga

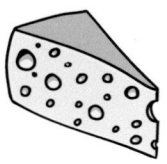

queso

jibini

helado

aiskrimu

azúcar

sukari

miel

asali

mermelada

jemu

crema de chocolate

kuenea kwa chokoleti

curry

mchuzi wa viungo

comida - chakula

granja
shamba

granja
nyumba ya kilimo
granero
ghalani
una paca de paja
majani bale
campo
uwanja
caballo
farasi
remolque
trela
tractor
trekta
potro
mtoto
burro
punda
oveja
kondoo
cordero
mwanakondoo

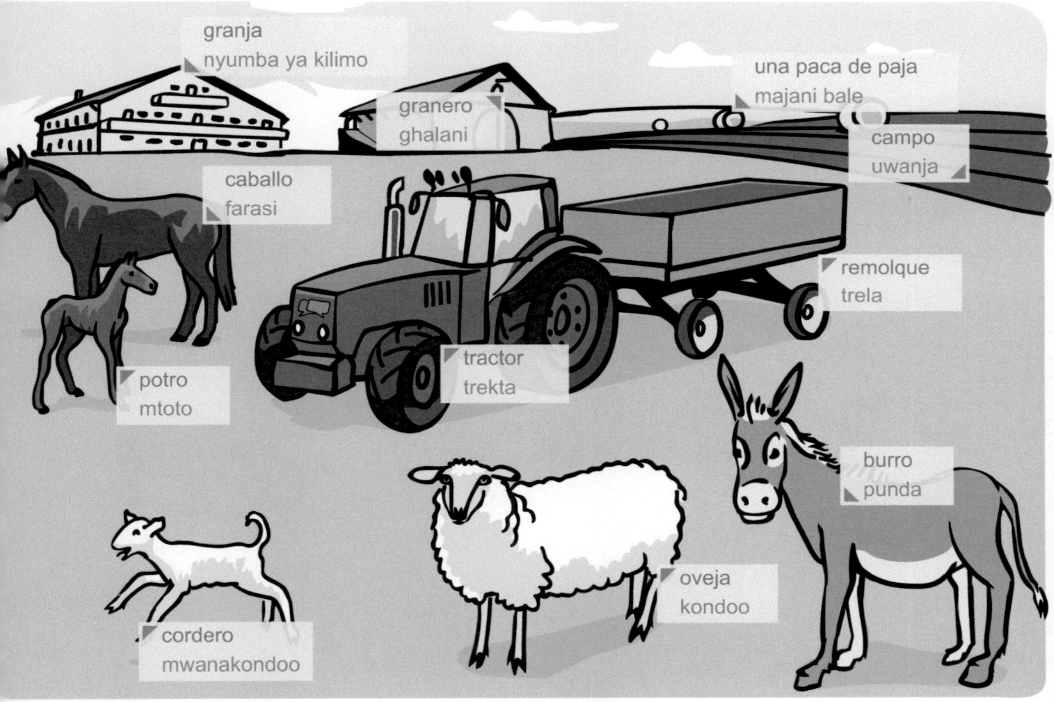

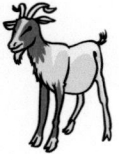

cabra
mbuzi

vaca
ng'ombe

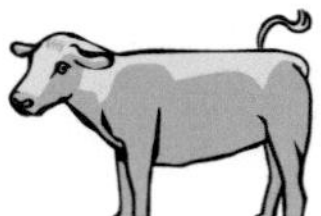

ternero
ndama

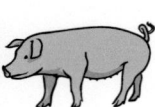

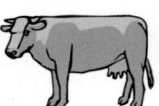

cerdo
nguruwe

lechón
mwananguruwe

toro
fahali

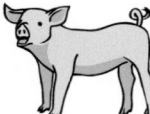

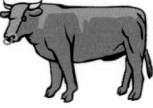

ganso

batabukini

pato

bata

pollo

kifaranga

gallina

kuku

gallo

jogoo

rata

panya

gato

paka

ratón

panya

buey

ng'ombe

perro

mbwa

casa dperro

nyumba ya mbwa

manguera

bomba la bustani

regadera

debe la kumwagilia maji

guadaña

fyekeo

arado

kulima

granja - shamba

hoz

mundu

azadón

jembe

horquilla

uma wa nyasi

hacha

shoka

carretilla

toroli

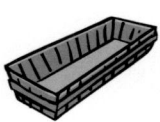

bebedero

kupitia nyimbo

bote de leche

chombo cha maziwa

saco

gunia

valla

ua

establo

imara

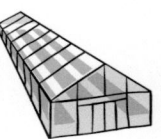

invernadero

chafu

suelo

udongo

semilla

mbegu

fertilizador

mbolea

cosechadora

kivunaji

granja - shamba

cosechar

mavuno

cosecha

mavuno

camote

viazi vikuu

trigo

ngano

soja

soya

patata

viazi

maíz

mahindi

semilde colza

rapa

árbol frutal

mti wa matunda

mandioca

muhogo

cereales

nafaka

casa
nyumba

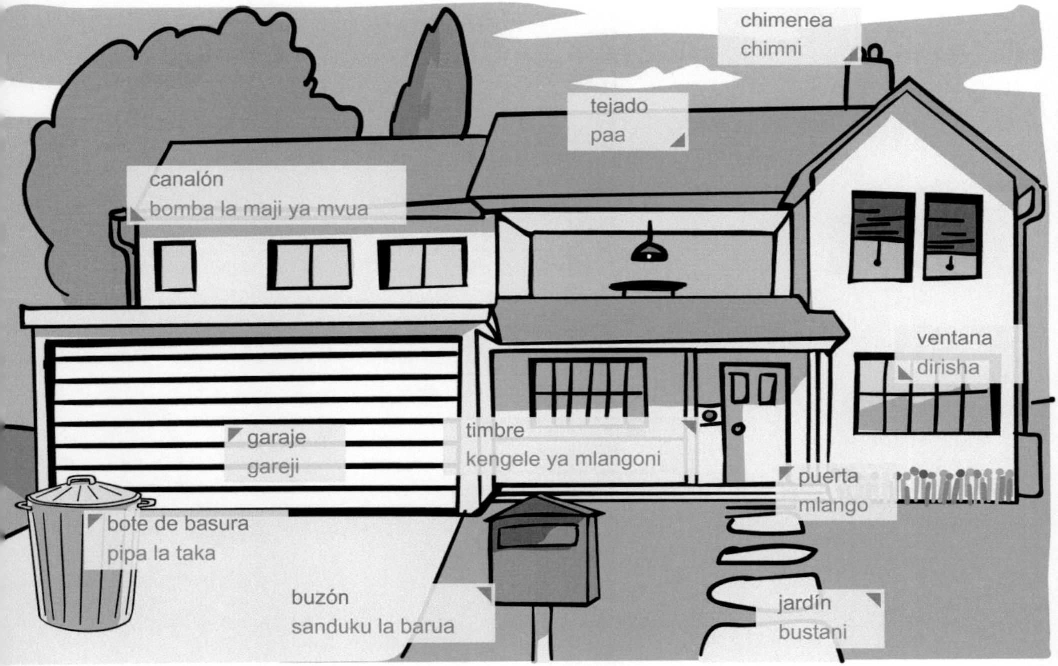
chimenea
chimni
tejado
paa
canalón
bomba la maji ya mvua
ventana
dirisha
garaje
gareji
timbre
kengele ya mlangoni
puerta
mlango
bote de basura
pipa la taka
buzón
sanduku la barua
jardín
bustani

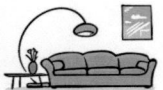

estancia

sebuleni

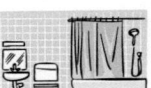

baño

bafu

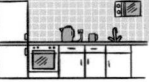

cocina

jikoni

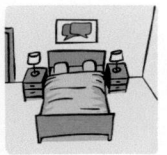

recámara

chumba cha kulala

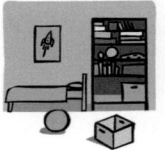

recámara de los niños

chumba ya mtoto

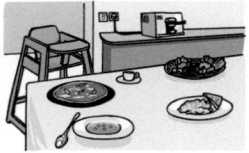

comedor

chumba cha kulia

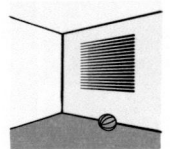

suelo

sakafu

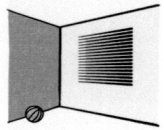

pared

ukuta

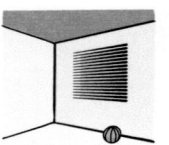

techo

dari

sótano

pishi

sauna

sauna

balcón

roshani

terraza

mtaro

alberca

kidimbwi

cortacésped

mashine ya kukata nyasi

sábana

karatasi

colcha

kitambaa cha kupamba
kitanda

cama

kitanda

escoba

ufagio

balde

ndoo

interruptor

kubadili

estancia
sebuleni

pappara empapelar
mandhari
imagen
picha
lámpara
taa
estante
rafu
alacena
kabati
chimenea
mekoni
televisión
televisheni/runinga
flor
ua
cojín
mto
sofá
sofa
florero
chombo cha maua
control remoto
kitenzambali

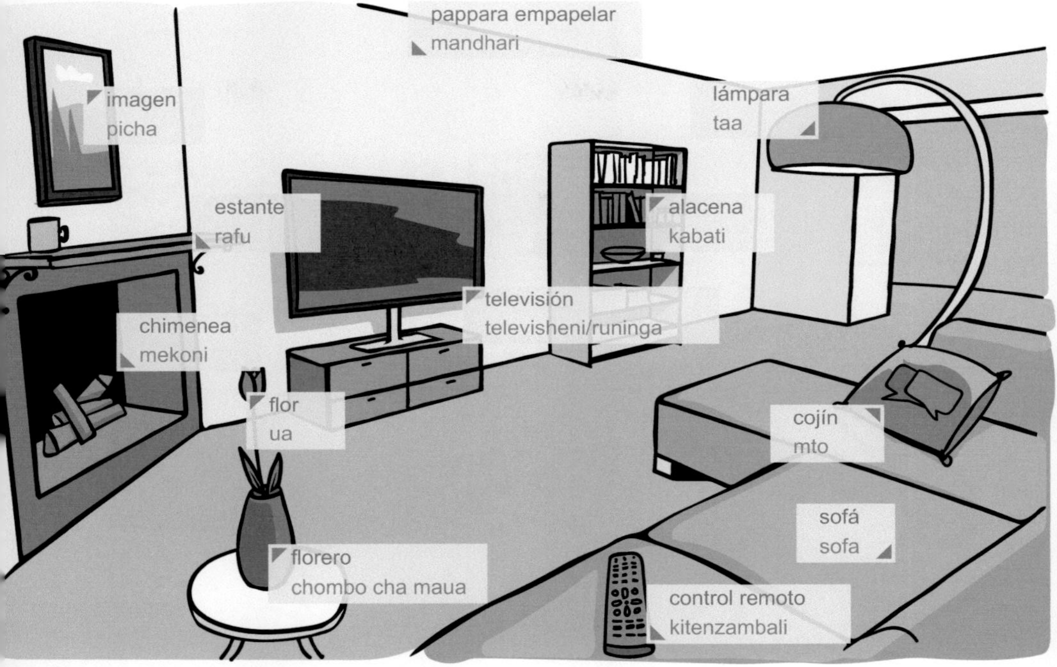

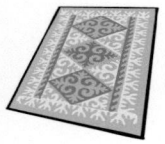

alfombra
zulia

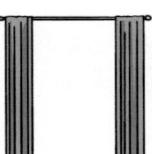

cortina
pazia

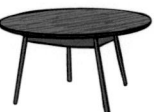

mesa
meza

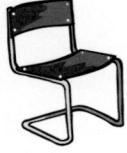

silla
kiti

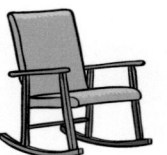

mecedora
kiti cha bembea

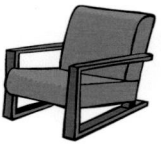

sillón
armchair

libro

kitabu

frazada

blanketi

decoración

mapambo

leña

kuni

película

filamu

equipo de música

kifaa cha hi-fi

llave

ufunguo

periódico

gazeti

pintura

uchoraji

póster

bango

radio

redio

cuaderno

daftari

aspiradora

kifyonza

cactus

dungusi kakati

vela

mshumaa

cocina
jikoni

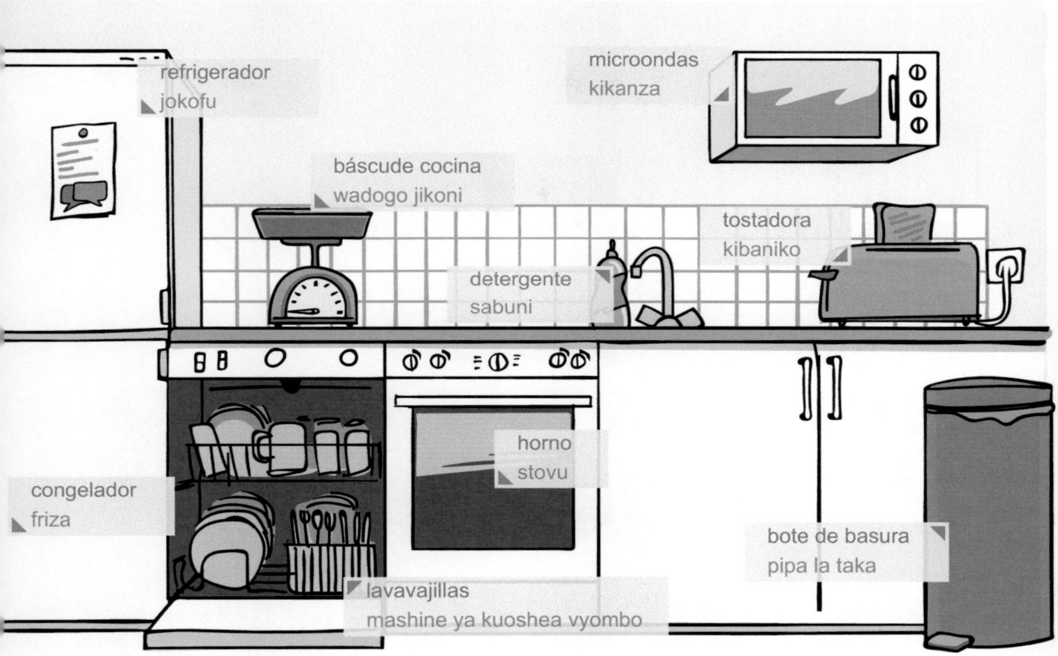

refrigerador
jokofu
microondas
kikanza
báscude cocina
wadogo jikoni
tostadora
kibaniko
detergente
sabuni
horno
stovu
congelador
friza
bote de basura
pipa la taka
lavavajillas
mashine ya kuoshea vyombo

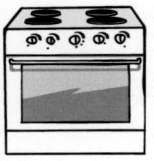

opresión

jiko la kupika

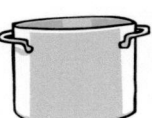

olla

chungu

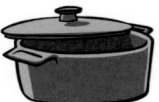

olde hierro fundido

sufuria ya chuma

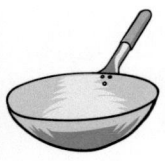

wok

wok / kadai

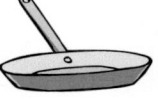

sartén

kaango

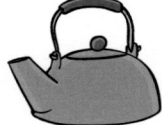

hervidor

birika

vaporera

stima

charode horno

sinia ya kuoka

loza

vyombo vya udongo

taza

kombe

bol

bakuli

palillos

vijiti vya kulia

cucharón

ukawa

espátula

mwiko mpana

batidora

burashi

colador

kichujio

colador

chujio

rallador

mbuzi

mortero

chokaa

barbacoa

barbeque

fogata

moto wazi

tabpara picar

ubao wa majaribio

rodillo para amasar

kijiti cha kusukuma unga

sacacorchos

kizibuo

lata

kopo

abrelatas

inaweza kopo

guante de cocina

kishikio cha chungu

fregadero

karo

cepillo

brashi

esponja

sifongo

batidora

kisagaji matunda

congelador

friji ya kina

biberón

chupa ya mtoto

llave

bomba

baño
bafu

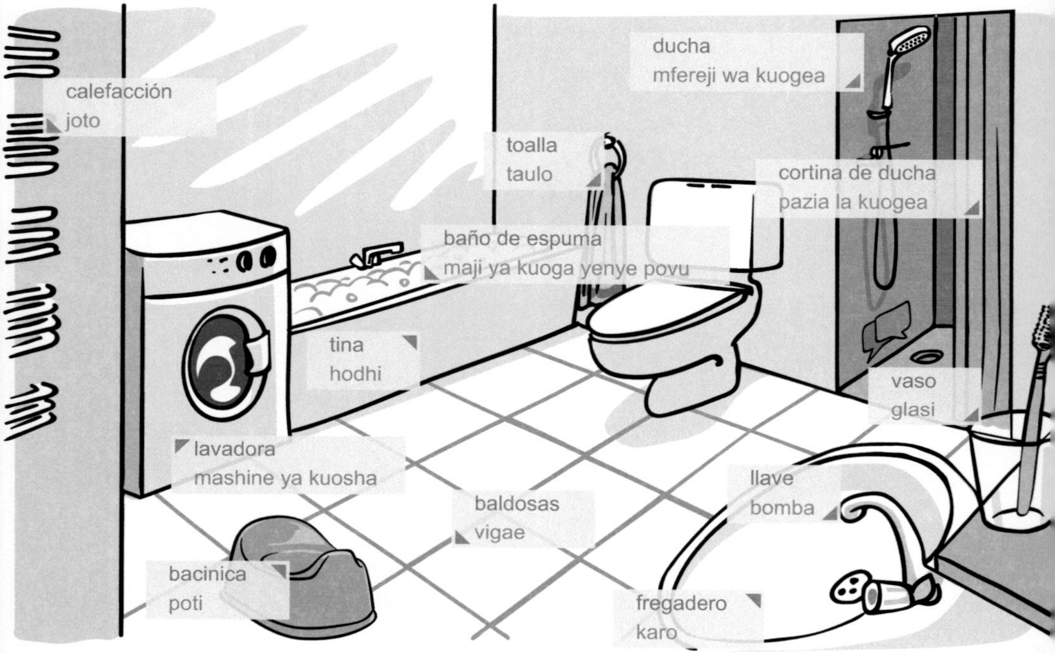

calefacción
joto
ducha
mfereji wa kuogea
toalla
taulo
cortina de ducha
pazia la kuogea
baño de espuma
maji ya kuoga yenye povu
tina
hodhi
vaso
glasi
lavadora
mashine ya kuosha
llave
bomba
baldosas
vigae
bacinica
poti
fregadero
karo

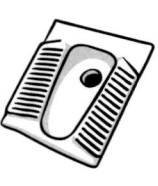

inodoro

choo

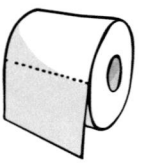

letrina

choo cha squat

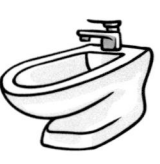

bidé

beseni la mviringo

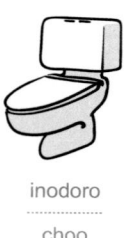

mingitorio

choo cha umma

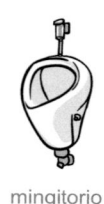

paphigiénico

shashi

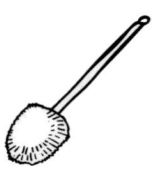

cepillo para baño

brashi ya choo

cepillo de dientes

mswaki

pasta dental

dawa ya meno

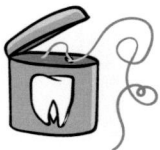

hilo dental

dawa ya meno

lavar

safisha

ducha de mano

kuoga mkono

ducha vaginal

msukumo wa maji

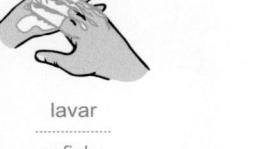

fregadero

bonde

cepillo de espalda

mpako wa pili

jabón

sabuni

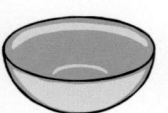

gde ducha

jeli ya kuogea

champú

shampuu

toallita

flana

drenaje

toa maji

crema

krimu

desodorante

kiondoa harufu

espejo

kioo

espejo de tocador

kioo mkono

máquina para afeitar

kinyozi

espuma de afeitar

povu la kunyoa

loción para después de afeitar

baada ya kunyoa

peine

kichana

cepillo

brashi

secadora

kikausha nywele

laca

marashi ya nyewele

maquillaje

vipodozi

lápiz labial

kidomwa

esmalte para uñas

varnish ya msumari

algodón

pamba

tijeras para uñas

mkasi wa kucha

perfume

manukato

estuche para cosméticos

mkoba wa kuosha

taburete

kinyesi

báscula

mizani

bata

nguo ya kuoga

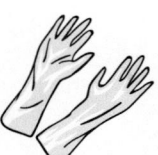

guantes de goma

glavu za mpira

tampón

kisodo

toalsanitaria

sodo

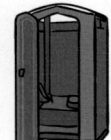

baño móvil

kemikali choo

recámara de los niños

chumba ya mtoto

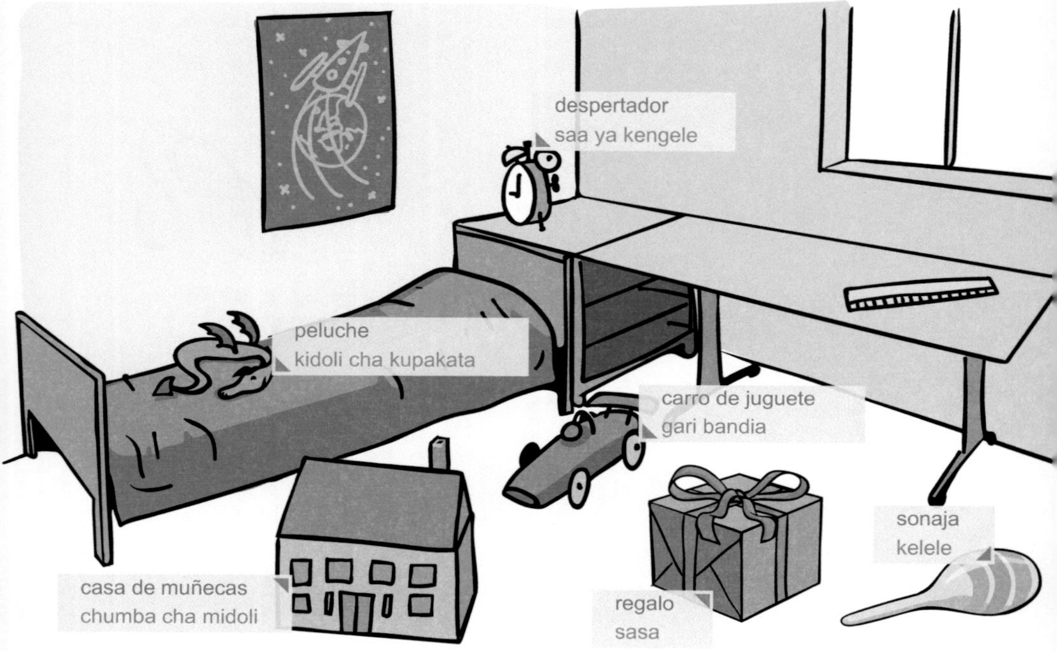
despertador
saa ya kengele
peluche
kidoli cha kupakata
carro de juguete
gari bandia
sonaja
kelele
casa de muñecas
chumba cha midoli
regalo
sasa

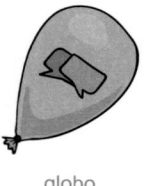

globo

baluni

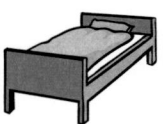

cama

kitanda

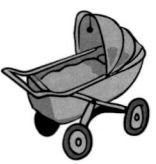

carriola

mashua

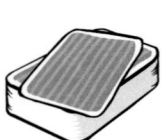

cartas

staha ya kadi

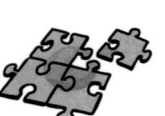

rompecabezas

mchezo-fumb

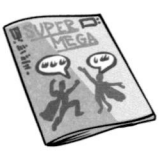

cómic

vichekesho

piezas de lego

matofali lego

bloques para jugar

vitalu mwigo

figura de acción

hatua takwimu

mameluco

suti ya kulalia

frisbee

kisahani

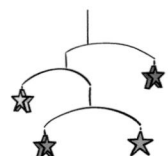

móvil para bebés

simu

juego de mesa

ubao wa michezo

dados

kete

tren eléctrico

garimoshi mwigo

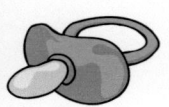

maniquí

dummy

fiesta

chama

álbum de fotos

picha kitabu

balón

mpira

muñeca

kikaragosi

jugar

kucheza

recámara de los niños - chumba ya mtoto

arenero

shimo la mchanga

columpio

bembea

juguetes

vitu bandia

consode videojuegos

kiweko cha video ya mchezo

triciclo

baiskeli ya magurudumu

oso de peluche

mwanasesere

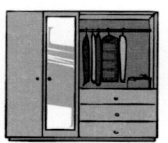

clóset

kabati

matatu

calcetines

soksi

pantimedias

stokingi

mallas

kibano

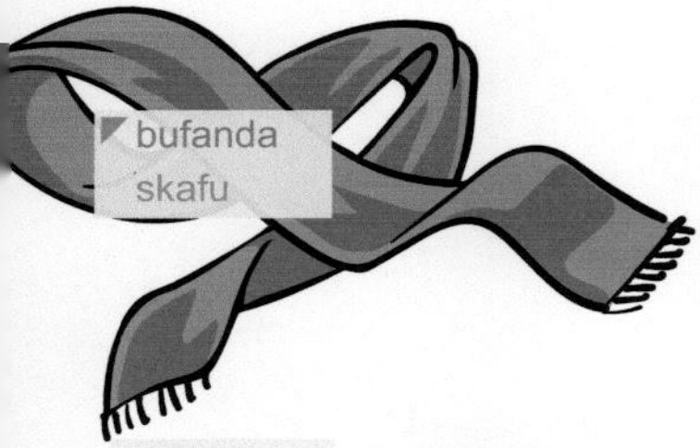

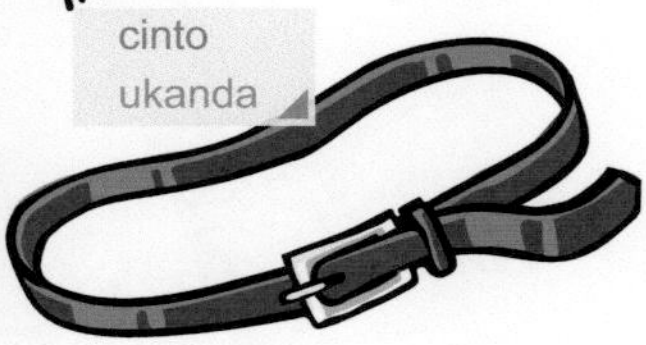

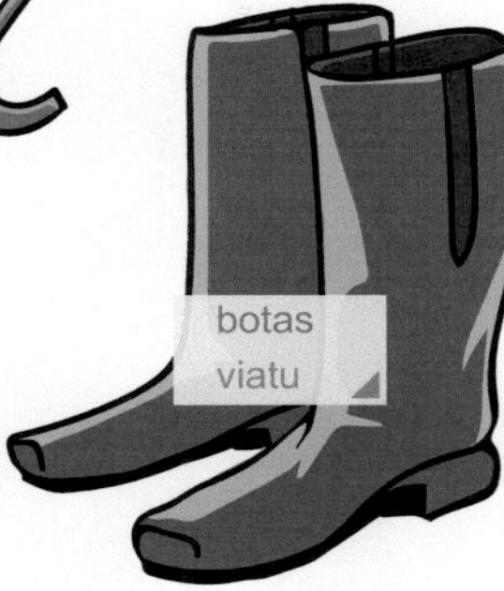

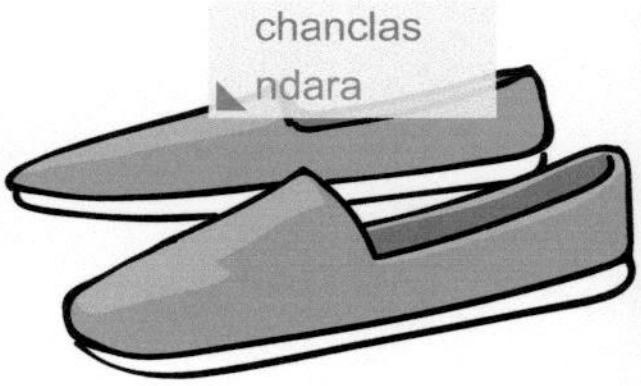

bufanda
skafu

paraguas
mwavuli

cinto
ukanda

playera
fulana

botas
viatu

chanclas
ndara

tenis
wakufunzi

sandalias
....
malapa

zapatos
....
viatu

botas de goma
....
mabuti ya mpira

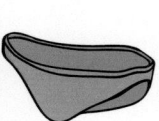

ropa interior
....
suruali ya ndani

brasier
....
sidiria

chaleco
....
fulana

body

mwili

pantalones

suruali

pantalones de mezclilla

dangirizi

falda

sketi

blusa

blauzi

camisa

shati

suéter

vuta

sudadera

sweta

saco sport

bleza

chamarra

jaketi

abrigo

koti

impermeable

koti la mvua

traje

maleba

vestido

gauni

vestido de novia

mavazi ya harusi

traje

suti

camisón

vazi la usiku

pijama

pajama

sari

sari

pañuelo para cabeza

skafu

turbante

kilemba

burka

burka

caftán

kaftan

abaya

abaya

traje de baño

vazi la kuogelea

short de baño

vazi la kiume la kuogelea

shorts

kaptura

pants

teitei

delantal

aproni

guantes

glavu

botón

kifungo

gafas

glasi

brazalete

bangili

collar

mkufu

anillo

pete

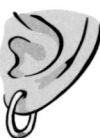

arete

herini

gorra

kofia

gancho

kiango cha koti

sombrero

kofia

corbata

tai

cierre

zipu

casco

kofia

tirantes

kanda za suruali

uniforme

sare za shule

uniforme

sare

babero
bibu

maniquí
dummy

pañal
nepi

servidor
seva

archivo
kabati la kuweka faili

impresora
kichapishaji

monitor
kiwambo

pap
karatasi

mouse
kipanya

escritorio
dawati

carpeta
folda

teclado
kibodi

silla
kiti

de basura
u cha kuweka karatasi chafu

computadora
kompyuta

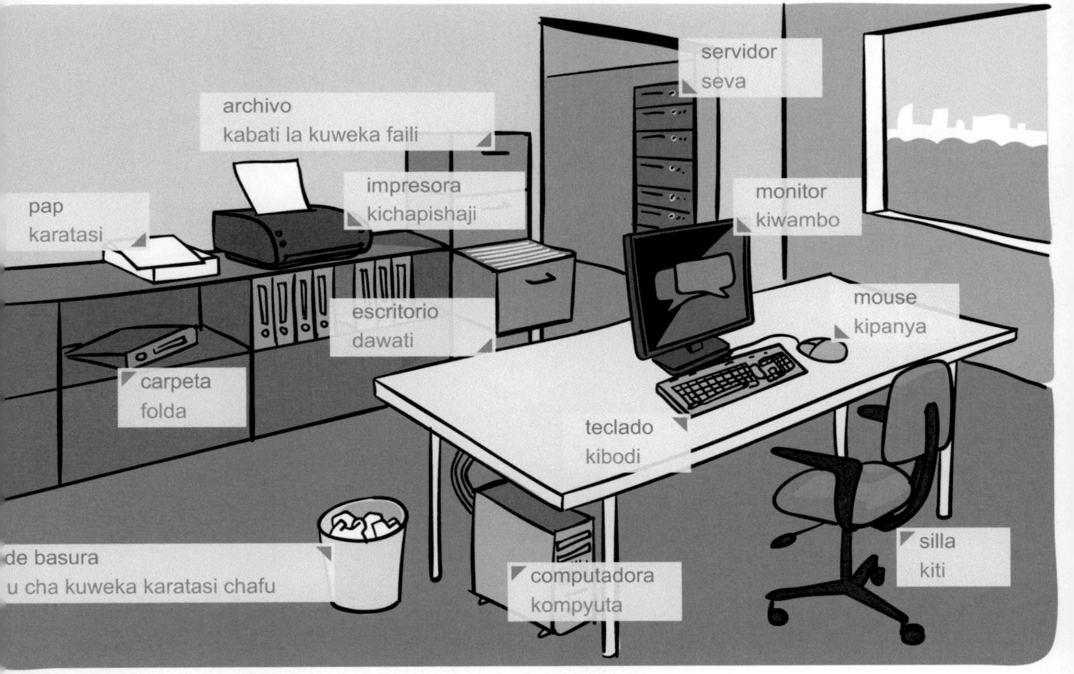

taza de café

kmobe la kahawa

calculadora

kikokotoo

internet

biashara

oficina - ofisi

49

notebook

mbali

carta

barua

mensaje

ujumbe

móvil

rununu

red

intaneti

fotocopiadora

fotokopia

software

programu

teléfono

simu

tomacorriente

soketi

fax

kipepesi

formulario

fomu

documento

hati

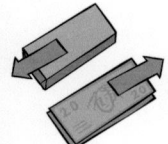

comprar
....
kununua

pagar
....
kulipa

hacer negocios
....
biashara

dinero
....
fedha

USD

dólar
....
dola

EUR

euro
....
yuro

JPY

yen
....
yeni

RUB

rublo
....
rouble

CHF

franco suizo
....
faranga ya Uswisi

CNY

yuan
....
renminbi yuan

INR

rupia
....
rupia

cajero automático
....
eneo la kulipia

casa de cambio

ofisi ya ubadilishanaji

oro

dhahabu

plata

fedha

petróleo

mafuta

energía

nishati

precio

bei

contrato

mkataba

impuesto

kodi

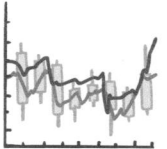

acción

bidhaa

trabajar

kazi

empleado

mfanyakazi

empleador

mwajiri

fábrica

kiwanda

tienda

duka

policía
afisa wa polisi

bombero
mzimamoto

cocinero
mpishi

médico
daktari

piloto
rubani

jardinero

mtunza bustani

carpintero

seremala

costurera

mshonaji

juez

hakimu

farmacéutico

mwanakemia

actor

muigizaji

conductor de autobús

dereva wa basi

taxista

dereva wa teksi

pescador

mvuvi

señora de limpieza

mwanamke wa kusafisha

instalador de techos

mwezekaji

camarero

mhudumu

cazador

mwindaji

pintor

mchoraji

panadero

mwokaji

electricista

umeme

obrero

mjenzi

ingeniero

mhandisi

carnicero

mchinjaji

plomero

fundi bomba

cartero

mwanaposta

soldado

mwanajeshi

arquitecto

msanifu majengo

cajero

keshia

florista

muuza maua

peluquero

msusi

cobrador

kondakta

mecánico

mekanika

capitán

nahodha

dentista

daktari wa meno

científico

mwanasayansi

rabino

rabbi

imán

imamu

monje

mtawa

sacerdote

kasisi

herramientas

zana

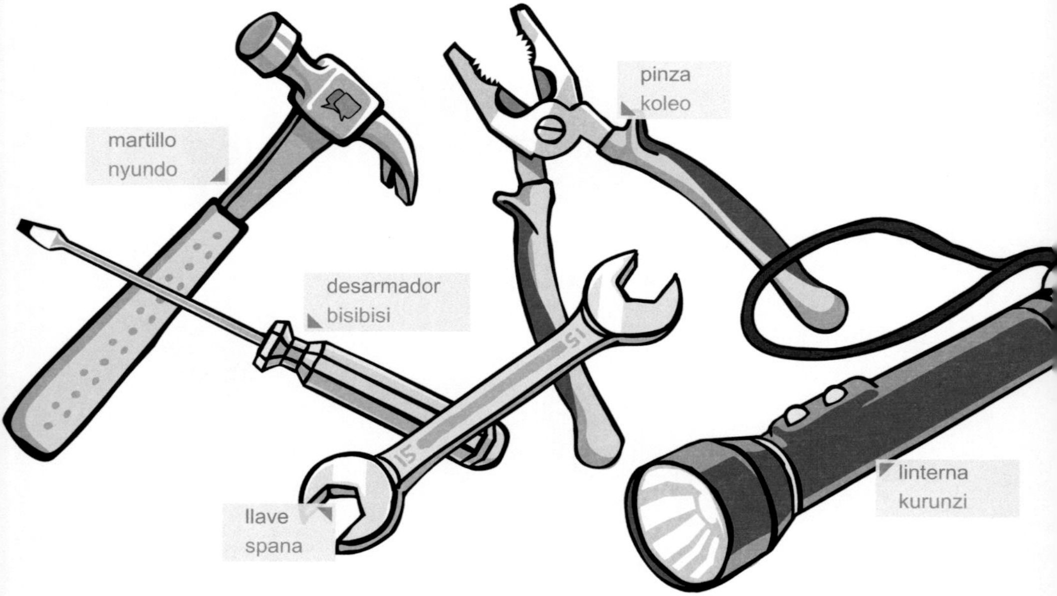
martillo
nyundo
pinza
koleo
desarmador
bisibisi
llave
spana
linterna
kurunzi

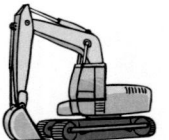

excavadora

mchimbaji

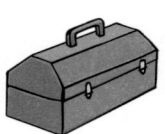

caja de herramientas

sanduku la vifaa

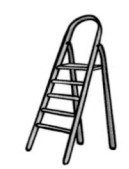

escalera de mano

ngazi

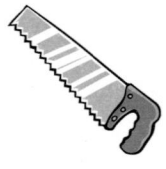

sierra

msumeno

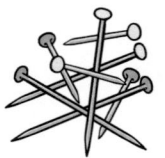

clavos

misumari

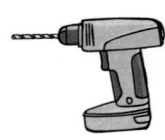

taladro

kuchimba visima

reparar

kukarabati

pala

sepetu

¡Maldición!

Lo!

recogedor

kishikio cha uchafu

bote de pintura

chungu cha rangi

tornillos

skurubu

instrumentos musicales
ala za muziki

altavoz
spika

batería
mpangilio wa ngoma

guitarra
gita

contrabajo
besi mara mbili

trompeta
tarumbeta

piano
piano

violín
fidla

bajo
ubeji

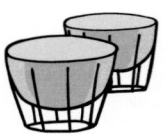

timbales
timpani

tambor
ngoma

teclado
kibodi

saxofón
saksafoni

flauta
filimbi

micrófono
maikrofoni

entrada
lango la kuingia

tigre
simbamarara

jaula
ngome

cebra
pundamilia

alimento para animales
chakula cha mifugo

oso panda
panda

animales

wanyama

elefante

tembo

canguro

kangaruu

rinoceronte

kifaru

gorila

sokwe

oso

dubu

camello

ngamia

avestruz

mbuni

león

simba

mono

tumbili

flamenco

heroe

loro

kasuku

oso polar

dubu

pingüino

penguini

tiburón

papa

pavo real

tausi

serpiente

nyoka

cocodrilo

mamba

guardián de zoológico

mtunza wanyama

foca

muhuri

jaguar

jaguar

poni

mwanafarasi

leopardo

chui

hipopótamo

kiboko

jirafa

twiga

águila

tai

jabalí

nguruwe mwitu

pescado

samaki

tortuga

kobe

morsa

sili

zorro

mbweha

gacela

paa

fútbol americano
soka ya marekani

ciclismo
uendeshaji baiskeli

tenis
tenisi

baloncesto
mpira wa kikapu

natación
kuogelea

hockey sobre hielo
magongo ya barafuni

boxeo
ndondi

fútbol
soka

bádminton
vinyoya

atletismo
riadha

handball
mpira wa mikono

esquí
skii

polo
polo

actividades
shughuli

reír
cheka
saltar
kuruka
abrazar
kumbatia
caminar
kutembea
cantar
kuimba
soñar
ota ndoto
rezar
kuomba
besar
busu

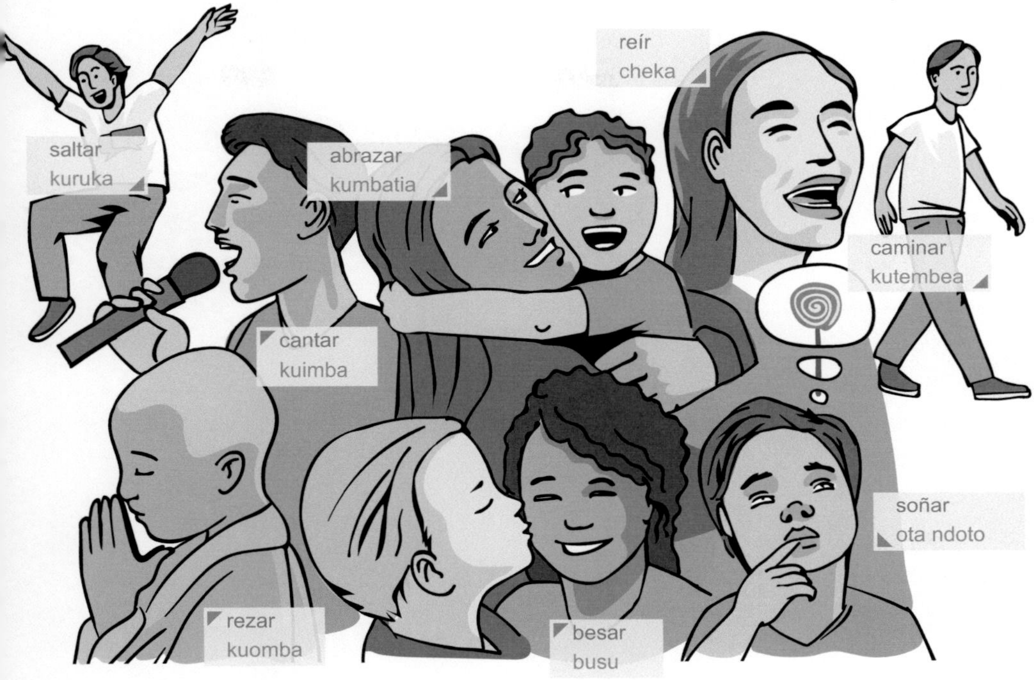

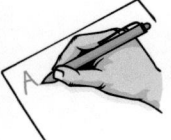

escribir

kuandika

dibujar

kuteka

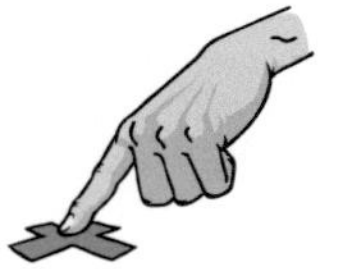

mostrar

angalia

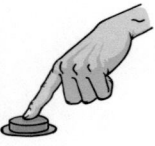

empujar

sukuma

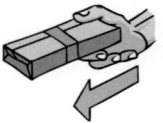

dar

kutoa

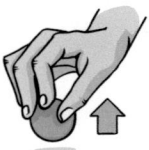

tomar

kuchukua

tener

kuwa

hacer

fanya

ser

kuwa

estar parado

kusimama

correr

kukimbia

jalar

vuta

arrojar

kutupa

caer

kuanguka

estar acostado

hadaa

esperar

kusubiri

llevar

kubeba

estar sentado

kukaa

vestirse

vaa nguo

dormir

usingizi

despertar

kuamka

actividades - shughuli

mirar

kuangalia

llorar

lia

acariciar

kiharusi

peinar

chana nywele

hablar

ongea

entender

kuelewa

preguntar

kuuliza

escuchar

kusikiliza

beber

kunywa

comer

kula

ordenar

nadhifisha

amar

upendo

cocinar

mpishi

conducir

gari

volar

kuruka

navegar

meli

calcular

kokotoa

leer

kusoma

aprender

kujifunza

trabajar

kazi

casarse

kuoa

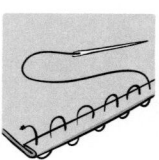

coser

kushona

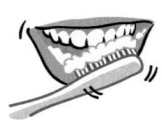

cepillarse los dientes

piga mswaki

matar

kuua

fumar

moshi

enviar

kutuma

familia
familia

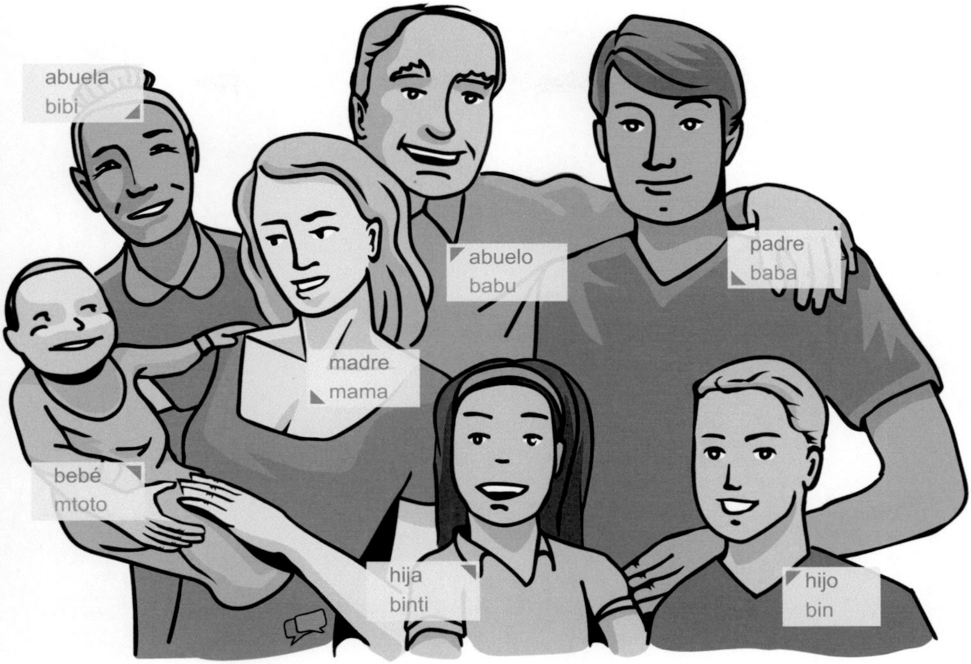
abuela
bibi
abuelo
babu
padre
baba
madre
mama
bebé
mtoto
hija
binti
hijo
bin

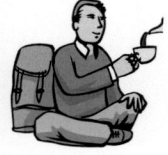

invitado

mgeni

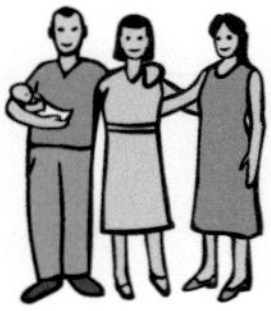

tía

shangazi

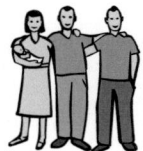

tío

mjomba

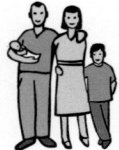

hermano

kaka

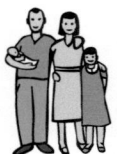

hermana

dada

cuerpo
mwili

frente
paji la uso
ojo
jicho
hombro
bega
dedo
kidole
cara
uso
barbilla
kidevu
mano
mkono
pierna
mguu
pecho
matiti
brazo
mkono

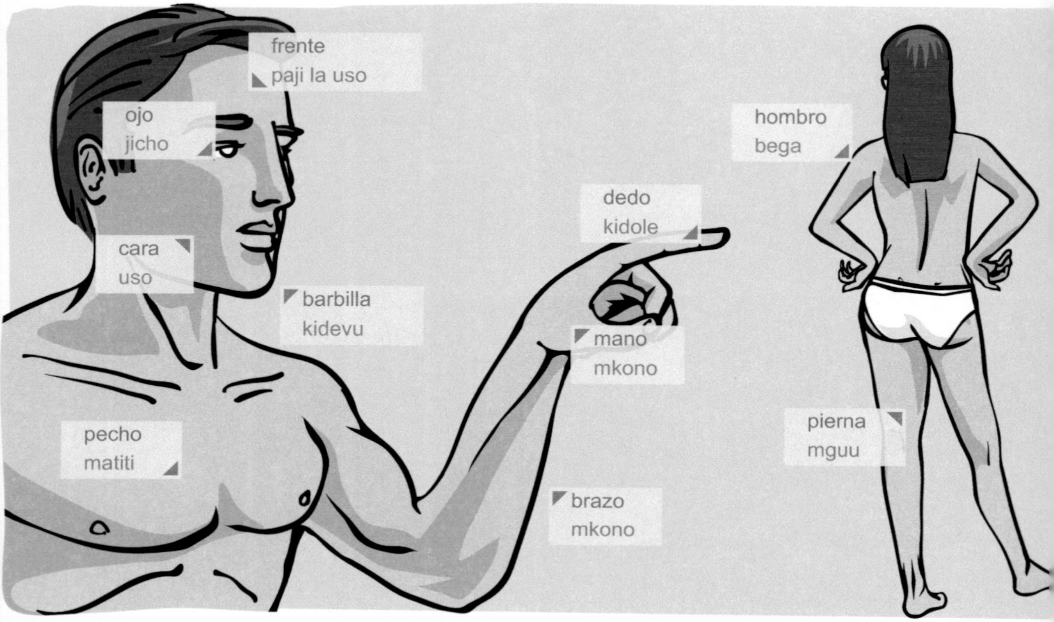

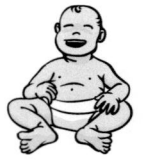

bebé

mtoto

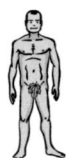

hombre

mwanamume

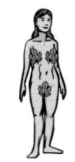

mujer

mwanamke

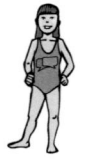

niña

msichana

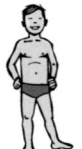

niño

mvulana

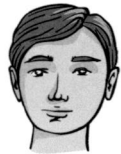

cabeza

kichwa

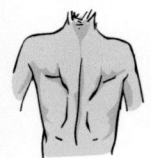

espalda

nyuma

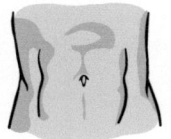

barriga

tumbo

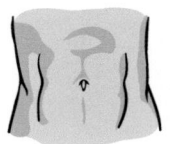

ombligo

kitovu

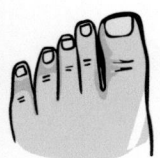

dedo dpie

chano

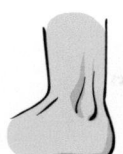

talón

kisigino

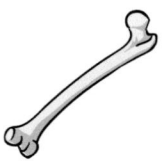

hueso

mfupa

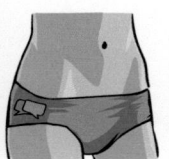

cadera

nyonga

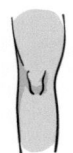

rodilla

goti

codo

kiwiko

nariz

pua

pompis

chini

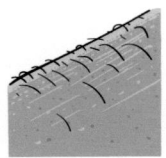

piel

ngozi

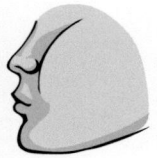

mejilla

shavu

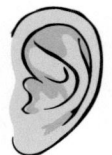

oído

sikio

labio

mdomo

boca

kinywa

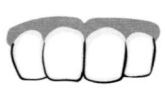

diente

jino

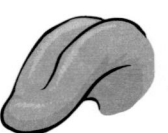

lengua

ulimi

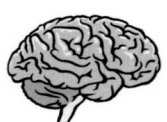

cerebro

ubongo

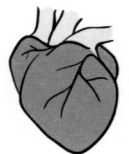

corazón

moyo

músculo

misuli

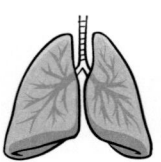

pulmón

pafu

hígado

ini

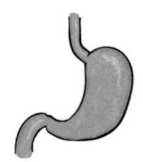

estómago

tumbo

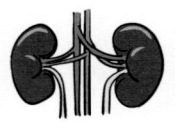

riñones

figo

sexo

jinsia

condón

kondomu

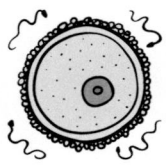

óvulo

ovari

semen

shahawa

embarazo

mimba

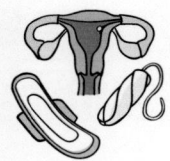

menstruación
....
hedhi

vagina
....
uke

pene
....
uume

ceja
....
unyusi

cabello
....
nywele

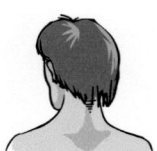

cuello
....
shingo

hospital
hospitali

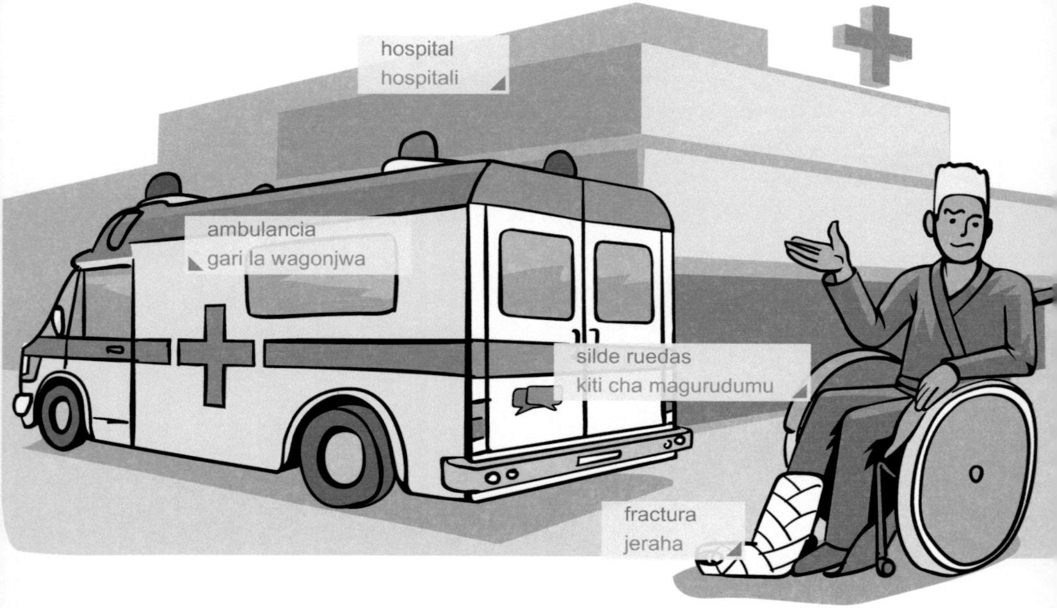

hospital
hospitali
ambulancia
gari la wagonjwa
silde ruedas
kiti cha magurudumu
fractura
jeraha

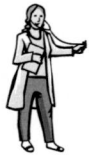

médico

daktari

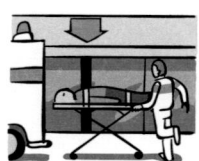

sade emergencias

chumba cha dharura

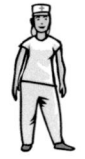

enfermera

muuguzi

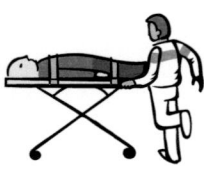

emergencia

dharura

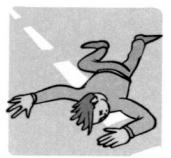

inconsciente

kupoteza fahamu

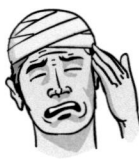

dolor

maumivu

lesión

kuumia

hemorragia

kutokwa na damu

infarto

mshtuko wa moyo

accidente cerebrovascular

kiharusi

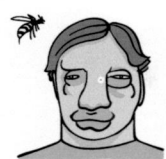

alergia

mzio

tos

kikohozi

fiebre

homa

gripa

mafua

diarrea

kuharisha

dolor de cabeza

maumivu ya kichwa

cáncer

kansa

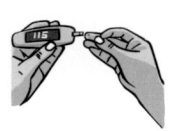

diabetes

ugonjwa wa kisukari

cirujano

daktari mpasuaji

bisturí

kisu kidogo cha kupasulia

operación

operesheni

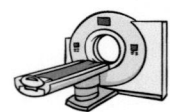

TC

picha changanufu ya mwili

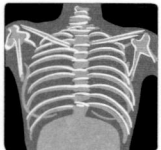

rayos x

Eksrei

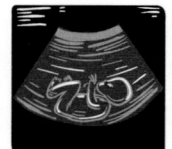

ultrasonido

mawimbi sauti

mascarilla

barakoa ya uso

enfermedad

ugonjwa

sade espera

chumba cha kusubiri

muleta

mkongojo

vendita

plasta

vendaje

bendeji

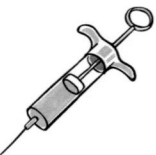

inyección

sindano

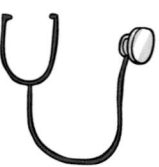

estetoscopio

stetoskopu

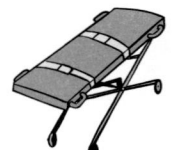

camilla

machela

termómetro

kipimajoto cha kliniki

nacimiento

kuzaliwa

sobrepeso

unene kupita kiasi

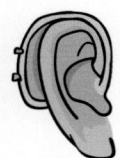

audífono

kusikia misaada

desinfectante

kipukusi

infección

maambukizi

virus

virusi

VIH / SIDA

VVU / UKIMWI

medicina

dawa

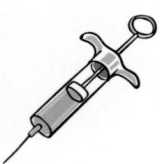

vacunación

chanjo

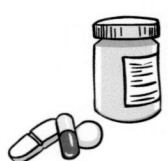

tabletas

vidonge

pastilanticonceptiva

kidonge

llamada de emergencia

simu ya dharura

medidor de presión

haemodainamometa

enfermo / sano

mgonjwa / mwenye afya

¡Socorro!

Msaada!

alarma

kengele

agresión

pigo

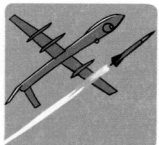

ataque

shambulizi

peligro

hatari

salida de emergencia

lango la dharura

¡Fuego!

Moto!

extintor de incendios

kizima moto

accidente

ajali

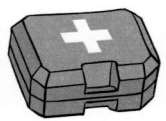

botiquín de primeros
auxilios

vifaa vya huduma ya
kwanza

SOS

wito wa msaada

policía

polisi

Europa

Ulaya

Norteamérica

Amerika ya Kaskazini

Sudamérica

Amerika ya Kusini

África

Afrika

Asia

Asia

Australia

Australia

Atlántico

Atlantiki

Pacífico

Pasifiki

Océano Índico

Bahari ya Hindi

Océano Antártico

Bahari ya Antaktiki

Océano Ártico

Bahari ya Aktiki

polo norte

Ncha ya Kaskazini

polo sur

Ncha ya Kusini

Antártida

Antaktika

tierra

dunia

tierra

nchi

mar

bahari

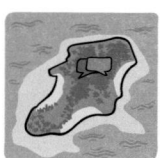

isla

kisiwa

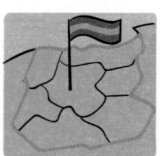

nación

taifa

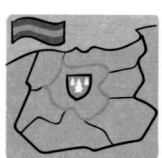

estado

jimbo

esfera

uso wa saa

manecilde las horas

akrabu ya saa

minutero

akrabu ya dakika

segundero

akrabu ya sekunde

¿Qué hora es?

Ni saa ngapi?

día

siku

hora

wakati

ahora

sasa

reloj digital

saa ya dijitali

minuto

dakika

hora

saa

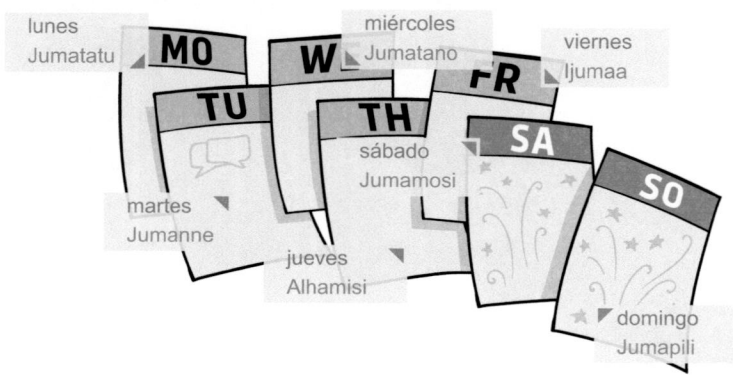

lunes
Jumatatu

miércoles
Jumatano

viernes
Ijumaa

martes
Jumanne

sábado
Jumamosi

jueves
Alhamisi

domingo
Jumapili

ayer
jana

hoy
leo

mañana
kesho

mañana
asubuhi

mediodía
saa sita mchana

tarde
jioni

días laborables
siku za biashara

fin de semana
mwishoni mwa wiki

lluvia
mvua

arco iris
upinde wa mvua

nieve
theluji

viento
upepo

primavera
majira ya machipuko

otoño
vuli

verano
kiangazi

invierno
majira ya baridi

4.APRIL	11°	
5.APRIL	4°	
6.APRIL	13°	
7.APRIL	8°	
8.APRIL	10°	

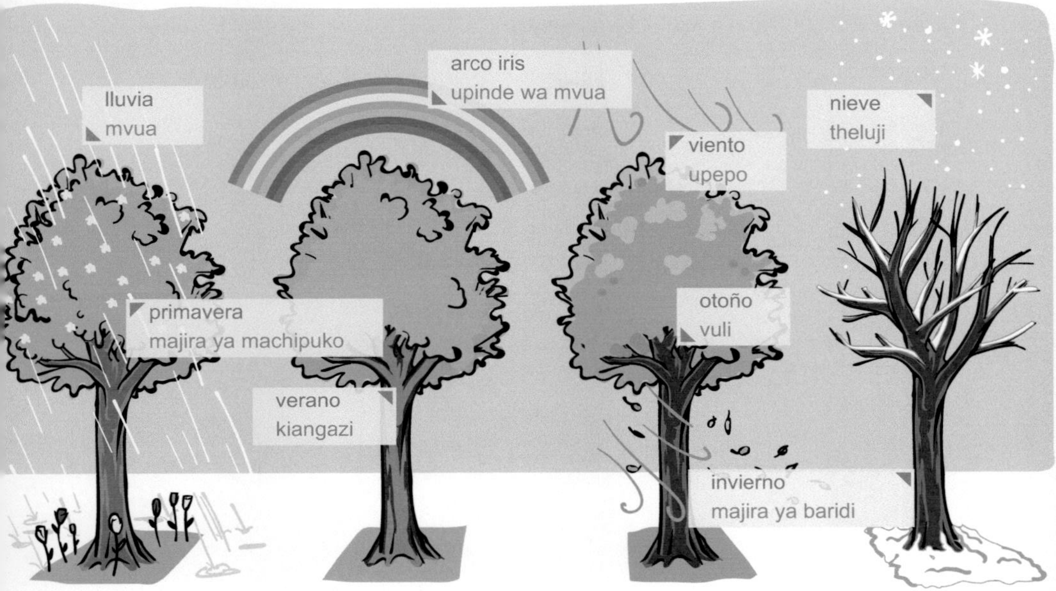

pronóstico dtiempo
....
utabiri wa hali ya hewa

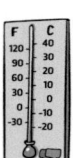

termómetro
....
kipimajoto

sol
....
mwanga wa jua

nube
....
wingu

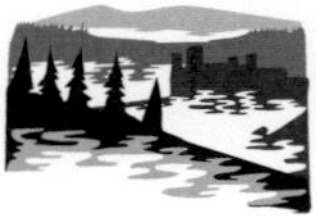

niebla
....
ukungu

humedad
....
unyevu

rayo

umeme

trueno

radi

tormenta

dhoruba

granizo

mvua ya mawe

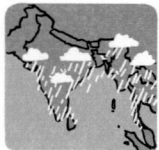

monzón

monsuni

inundación

mafuriko

hielo

barafu

enero

Januari

febrero

Februari

marzo

Machi

abril

Aprili

mayo

Mei

junio

Juni

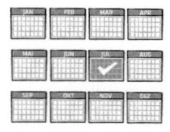

julio

Julai

agosto

Agosti

año - mwaka

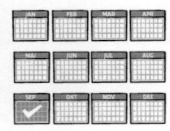

septiembre
Septemba

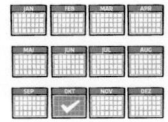

octubre
Oktoba

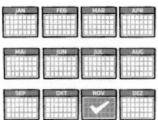

noviembre
Novemba

diciembre
Desemba

círculo
mduara

cuadrado
mraba

rectángulo
mstatili

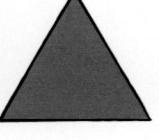

triángulo
pembetatu

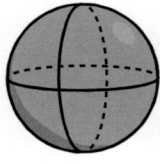

esfera
nyanja

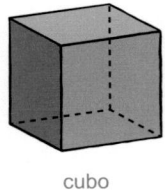

cubo
mchemraba

blanco

nyeupe

amarillo

manjano

naranja

chungwa

rosa

rangi ya waridi

rojo

nyekundu

morado

hudhurungi

azul

bluu

verde

kijani

marrón

hanja

gris

jivujivu

negro

nyeusi

mucho / poco

mengi / kidogo

enojado / tranquilo

hasira / pole

bonito / feo

nzuri / mbaya

principio / fin

mwanzo / mwisho

grande / pequeño

kubwa / ndogo

claro / oscuro

angavu / giza

hermano / hermana

kaka / dada

limpio / sucio

safi / chafu

completo / incompleto

kamilika / tokamilika

día / noche

siku / usiku

muerto / vivo

wafu / hai

ancho / angosto

pana / nyembamba

comestible / no comestible

kulika / kutolika

malo / amable

ovu / ema

entusiasmado / aburrido

sisimkwa / udhika

gordo / delgado

nene / nyembamba

primero / último

kwanza / mwisho

amigo / enemigo

rafiki / adui

lleno / vacío

jaa / tupu

duro / blando

ngumu / laini

pesado / ligero

nzito / nyepesi

hambre / sed

njaa / kiu

enfermo / sano

mgonjwa / mwenye afya

ilegal / legal

haramu / kisheria

inteligente / tonto

akili / kijinga

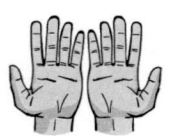

izquierda / derecha

kushoto / kulia

cerca / lejos

karibu / mbali

nuevo / usado

mpya / kutumika

nada / algo

kitu / jambo

viejo / joven

zee / changa

encendido / apagado

waka / zima

abierto / cerrado

wazi / fungwa

silencioso / ruidoso

utulivu / kelele

rico / pobre

tajiri / masikini

correcto / incorrecto

sahihi / kosa

áspero / suave

mbaya / laini

triste / contento

huzunika / furahia

corto / largo

fupi /ndefu

lento / rápido

polepole / haraka

húmedo / seco

nyevu / kavu

caliente / frío

joto / baridi

guerra / paz

vita / amani

0

cero

sufuri

1

uno

moja

2

dos

mbili

3

tres

tatu

4

cuatro

nne

5

cinco

tano

6

seis

sita

7

siete

saba

8

ocho

nane

9

nueve

tisa

10

diez

kumi

11

once

kumi na moja

12

doce

kumi na mbili

13

trece

kumi na tatu

14

catorce

kumi na nne

15

quince

kumi na tano

16

dieciséis

kumi na sita

17

diecisiete

kumi na saba

18

dieciocho

kumi na nane

19

diecinueve

kumi na tisa

20

veinte

ishirini

100

cien

mia

1.000

mil

elfu

1.000.000

millón

milioni

inglés

Kiingereza

inglés americano

Kiingereza cha Marekani

chino mandarín

Kimandarini cha Uchina

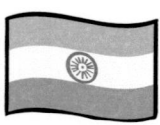

hindi

Kihindi

español

Kihispania

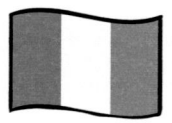

francés

Kifaransa

árabe

Kiarabu

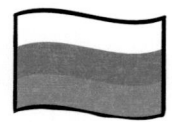

ruso

Kirusi

portugués

Kireno

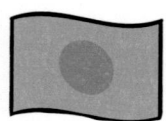

bengalí

Kibengali

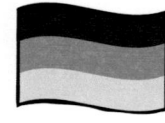

alemán

Kijerumani

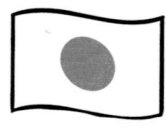

japonés

Kijapani

yo

mimi

tú

wewe

él / ella

yeye / yeye / ni

nosotros

sisi

vosotros

wewe

ellos

wao

¿quién?

nani?

¿qué?

nini?

¿cómo?

jinsi gani?

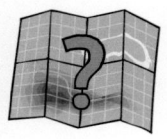

¿dónde?

wapi?

¿cuándo?

lini?

nombre

jina

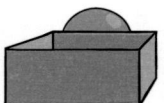

detrás

nyuma

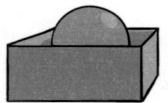

en

katika

delante de

mbele ya

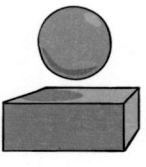

por encima de

juu ya

sobre

kwenye

debajo de

chini ya

junto a

kando

entre

kati

lugar

mahali